जादूचा रत्नहार

आणि

इतर कथा

वैशाली कार्लेकर

हे पुस्तक **माझं** आहे.

....

....

मेहता पब्लिशिंग हाऊस

JADUCHA RATNAHAR ANI ETAR KATHA by Vaishali Karlek

जादूचा रत्नहार आणि इतर कथा / बालसाहित्य
वैशाली कार्लेकर

प्रकाशक : सुनील अनिल मेहता
मेहता पब्लिशिंग हाऊस,
१९४१, सदाशिव पेठ, माडीवाले कॉलनी, पुणे ३०.
☎ ०२०-२४४७६९२४
E-mail : author@mehtapublishinghouse.com
Website : www.mehtapublishinghouse.com

मुद्रक : स्पेक्ट्रम ऑफसेट, एरंडवणा, पुणे ०४.

प्रथमावृत्ती : जानेवारी, २०१२
पुनर्मुद्रण : सप्टेंबर, २०१९

मुखपृष्ठ व आतील चित्रे
घन:श्याम देशमुख

(४ पुस्तकांचा संच)

अनुक्रम

जादूचा रत्नहार

त्या रात्री स्मशानात मिट्ट काळोख पसरला होता. कधी फिदिफिदि हसण्याचा आवाज, तर कधी किंकाळ्यांनी तो परिसर दणाणून जात होता. एखाद्या शूरवीरालाही भीतीनं घाम फुटावा अशा त्या वातावरणात राजा विक्रम मात्र निधड्या छातीनं एकेक पाऊल पुढे टाकत होता. नेहमीच्याच जुनाट झाडावर उलट्या लटकणाऱ्या वेताळाला खांद्यावर टाकून तो परतीची वाट चालू लागला.

चकित होऊन वेताळ म्हणाला, "राजा, पुन्हापुन्हा हे अवघड काम तू का करतो आहेस? जर काही न बोलता तू मला नेणार असलास, तरच मी येईन. नाहीतर निघून जाईन हे तुला चांगलंच माहीत आहे."

राजानं होकारादाखल मान हलवली आणि तो चालू लागला. वेताळानं नवी गोष्ट सांगायला सुरुवात केली.

अवंतीपूरचा राजा मयूरध्वज एकदा शिकारीसाठी जंगलात आला होता. शिकार करण्याच्या नादात बरोबरच्या सैनिकांपासून तो खूप दूर आला. थकल्यामुळे एका झाडाखाली तो विश्रांतीसाठी पहुडला. तेवढ्यात एका वाघानं त्याच्यावर हल्ला केला. मयूरध्वज शूर होता. वाघाचा जबडा पकडून, एका हातानं तलवार उचलून तो वाघावर वार करू लागला. त्यानं शेवटी वाघाला ठार मारलं. राजाला खूप जखमा झाल्या होत्या. तीव्र वेदनांमुळे त्याची शुद्ध हरपली.

त्याच वेळी स्वर्णरेखा नावाची अप्सरा त्या जंगलात विहार करायला आली होती. वाघाबरोबर लढतानाचं राजाचं शौर्य पाहून तिला त्याच्याबद्दल खूपच आदर वाटू लागला. वाघाला मारल्यानंतर राजा बेशुद्ध पडलेला पाहून तिनं हलकेच त्याच्या चेहऱ्यावरून हात फिरवला. तिचा जादूई स्पर्श होताच राजाच्या सर्व जखमा भरून आल्या. शुद्ध आल्यामुळे तो लगेचच उठून बसला. स्वर्णरेखेसारखी सौंदर्यवती समोर पाहून तो खूपच आश्चर्यचकित झाला. ती एक अप्सरा असून तिच्या स्पर्शानं आपल्या जखमा भरून आल्या, हे कळताच त्याला तिचे आभार कसे मानावे हेच कळत नव्हतं.

एकमेकांशी बोलता बोलता दोघांच्याही लक्षात आलं की ते एकमेकांच्या प्रेमात पडले आहेत. "आपण गांधर्व पद्धतीनं लगेच लग्न करू या का?" स्वर्णरेखानं राजाला विचारलं. मयूरध्वज जरी स्वर्णरेखाच्या प्रेमात पडला होता, तरी त्याला वास्तवाचं भान होतं. स्वर्णरेखासारख्या अप्सरेला पृथ्वीवरचं जीवन आवडेल की नाही असा विचार त्याच्या मनात आला. तो स्वर्णरेखाला म्हणाला, "पृथ्वीवरचं जीवन तुझ्या स्वर्गलोकातल्या जीवनापेक्षा वेगळं आहे. तू तिथे सुखी राहू शकणार नाहीस." स्वर्णरेखा म्हणाली, "महाराज माझं तुमच्यावर प्रेम आहे. तुम्ही जिथे असाल, तिथे मी आनंदात राहीन." मयूरध्वज पूर्ण विचार करून म्हणाला, "आपलं दोघांचंही एकमेकांवर प्रेम आहे, ही गोष्ट खरी असली तरी या प्रेमाची परीक्षा घेतल्याशिवाय लग्न करणं मला योग्य वाटत नाही. म्हणून आपण अजून सहा महिन्यांनी लग्न करू. आपलं एकमेकांवर खरं प्रेम असेल, तर सहा महिन्यांनंतर

भाद्रपदातल्या पौर्णिमेला आपण पुन्हा इथेच भेटू.''

स्वर्णरेखानं राजाची ही अट मान्य केली आणि ती गंधर्वलोकात परत गेली. मयूरध्वजही आपल्या राज्यात परत गेला.

बरोबर सहा महिन्यांनंतर भाद्रपदातली पौर्णिमा आली. मयूरध्वज स्वर्णरेखेला भेटण्यासाठी जंगलात पुन्हा त्या वडाच्या झाडाकडे जायला निघाला. इकडे स्वर्णरेखाही गंधर्वलोकातून पृथ्वीवर उतरली आणि जंगलातल्या त्या वडाच्या झाडाकडे निघाली.

तिथे जवळच एक सुंदर तळं होतं. पौर्णिमेच्या रात्री त्या तळ्यातलं पाणी रुपेरी रंगानं चमकत होतं. स्वर्णरेखेला त्या तळ्यात स्नान करण्याचा मोह आवरला नाही. झुडुपात तिनं तिचे मौल्यवान दागिने उतरवले आणि ती तळ्यात उतरली. स्नान झाल्यावर ती आपले दागिने घालायला आली, तोच तिचा चमचमता जादूचा रत्नहार तिथून गायब झाल्याचं तिच्या लक्षात आलं. तेवढ्यात झुडपातून एक सामान्य सावळी मुलगी तो हार घालून पुढे आली.

''तू माझा रत्नहार का चोरलास? असे अलंकार तुमच्यासाठी नसतात. मी गंधर्वकन्या आहे आणि माझ्या रत्नहारात जादूई शक्ती आहेत.'' स्वर्णरेखा तिच्या

अंगावर ओरडली. ''मी चोरला नाही तो. इथेच पडला होता म्हणून मी घातला. हा हार घालून मी इतकी सुंदर दिसते आहे की आता राजा मयूरध्वज नक्की माझ्याशी लग्न करेल.'' ती मुलगी म्हणाली.

''कोण तू? आणि राजा तुझ्यासारख्या कुरूप मुलीशी का लग्न करेल?'' स्वर्णरेखा आता खूपच चिडली होती.

''माझं नाव कादंबरी. मी राजाशी लग्न करण्यासाठीच माझं घर सोडलं आहे. आता मी हार घालून राजधानीत जाईन आणि राजाशी लग्न करेन.'' कादंबरी म्हणाली. ''अहाहा! आधी तोंड पाहा आरशात! मयूरध्वज तुझ्याशी नाही तर माझ्याशी आजच लग्न करणार आहे. पलीकडच्या वडाच्या झाडाखाली तो माझी वाट पाहत असेल. चल, माझा जादूचा रत्नहार परत दे.'' स्वर्णरेखा म्हणाली.

कादंबरी सुंदर नसली तरी चाणाक्ष होती. लगेचच काहीतरी हालचाल करून हे लग्न थांबवायला हवं, हे तिच्या लक्षात आलं. स्वर्णरेखेच्या काही लक्षात येण्यापूर्वीच ती गळ्यातल्या जादूच्या रत्नहाराला स्पर्श करून म्हणाली, ''तुझ्या म्हणण्याप्रमाणे हा रत्नहार खरोखरच जादूई असेल, तर तुझं पोपटात रूपांतर होवो.'' पुढच्याच क्षणी स्वर्णरेखेच्या जागी एक हिरवागार पोपट दिसू लागला. यानंतर लगेच कादंबरीनं जादूच्या रत्नहाराच्या मदतीनं स्वर्णरेखेचं सुंदर रूप घेतलं आणि ती राजाला भेटायला निघाली.

त्या वडाच्या झाडाखाली राजा स्वर्णरेखेची वाटच पाहत होता. स्वर्णरेखेच्या रूपातली कादंबरी राजाला खरीखुरी स्वर्णरेखाच

वाटली. तो तिला घेऊन राजधानीत गेला. लगेचच थाटामाटात त्यांचं लग्न झालं.

इकडे पोपटाच्या रूपातल्या स्वर्णरेखेला आपल्या नशिबाला दोष देण्याशिवाय काहीच करता येण्यासारखं नव्हतं. एक दिवस तिला एका पोपटविक्यानं पकडलं. त्याला पोपटांची भाषा येत होती. स्वर्णरेखानं तिची हकीगत त्याला सांगितली. तिची फसवणूक झालेली ऐकून त्याला तिची दया आली.

त्यानं तिला एक मार्ग सुचवला. त्यासाठी त्यानं स्वर्णरेखाला विविध खेळ शिकवले. माणसांसारखं बोलायला शिकवलं.

मग एक दिवस तो तिला घेऊन मयूरध्वजाच्या दरबारात गेला. तिथे राजा, राणी, कादंबरी मंत्री या सर्वांसमोर तिनं विविध खेळ, कसरती करून दाखवल्या. तिचं माणसासारखं बोलणं ऐकून सर्व दरबार आश्चर्यचकित झाला. राजा तर खूपच खुष

झाला. त्यानं तिला हवं ते बक्षिस मागून घ्यायला सांगितलं. पोपटविक्या म्हणाला, ''हा पोपटच त्याला जे हवं ते मागून घेईल.'' स्वर्णरेखेसाठी ही मोठी संधी होती. ती म्हणाली, ''महाराज, जे मी मागेन ते द्याल?'' राजा म्हणाला, ''अगदी नक्की! हा माझा शब्द आहे.'' स्वर्णरेखा म्हणाली, ''मग मला काही वेळासाठी महाराणींचा तो रत्नहार घालायला द्याल का?''

'राणीचा हार!' सर्वांनाच आश्चर्य वाटलं. कादंबरीही चपापली. पण राजानं सांगितल्याप्रमाणे तिनं तो रत्नहार काढला आणि पोपटाच्या म्हणजे स्वर्णरेखेच्या गळ्यात घातला.

आणि काय आश्चर्य! पुढच्याच क्षणी त्या पोपटाचं रूपांतर स्वर्णरेखेत झालं. इकडे कादंबरीनं घेतलेलं स्वर्णरेखेचं रूप गळून पडलं आणि त्या जागी आधीची कुरूप कादंबरी पुन्हा दिसू लागली.

स्वर्णरेखेनं राजाला सारी हकिगत सांगितली. राजाची क्षमा मागून कादंबरी तिथून कायमची निघून गेली.

एकापाठोपाठ घडलेल्या या घटनांनी राजा पुरता गोंधळून गेला होता. मात्र स्वर्णरेखेनं केलेल्या विवाहाच्या इच्छेला त्यानं नम्रपणे नकार दिला. तो म्हणाला, "आपल्या दोघांनाही कांदबरीनं फसवलं. तुलाही खूप त्रास सहन करावा लागला. पण आता मी तुझी इच्छा पूर्ण करू शकत नाही. मला माफ कर."

स्वर्णरेखा खूप दु:खी झाली; पण राजाचं मन वळवता येणं शक्य नव्हतं. शेवटी नाइलाजानं ती पुन्हा गंधर्वलोकात निघून गेली.

इथपर्यंत गोष्ट सांगून वेताळ राजा विक्रमाला म्हणाला, "राजा मयूरध्वजानं स्वर्णरेखेशी लग्न का केलं नाही? त्याचं तिच्यावर प्रेम नव्हतं का? याचं उत्तर माहीत असूनसुद्धा तू दिलं नाहीस, तर तुझ्या डोक्याची हजार शकलं होऊन तुझ्याच पायावर पडतील, हे मात्र लक्षात ठेव."

क्षणभर विचार करून राजा विक्रम म्हणाला, ''मयूरध्वजाचं स्वर्णरेखेवर प्रेम होतं, म्हणूनच तो तिला पुन्हा भेटण्यासाठी वडाच्या झाडाखाली थांबला होता. पण कादंबरीकडून फसवणूक झालेली लक्षात आल्यावर राजाला आपलं प्रेम खरं नसल्याचं लक्षात आलं. त्यानं फक्त स्वर्णरेखेच्या बाह्य रूपावर प्रेम केलं होतं. म्हणूनच तिचं रूप घेऊन आलेल्या कादंबरीला तो ओळखू शकला नाही, हे त्याला जाणवलं. त्यामुळे त्यानं समंजसपणे स्वर्णरेखेशी विवाह करायला नकार दिला.''

राजा विक्रमाचं हे उत्तर ऐकून वेताळानं मान डोलवली. हसून तो म्हणाला, ''अगदी बरोबर सांगितलंस, पण तू बोललास म्हणून आता मी परत जाणार... ही... ही... ही...!''

अंधारात झेप घेत क्षणात वेताळ अदृश्य झाला. खांदे झटकून राजा विक्रमानं वेताळ अदृश्य झाला त्या दिशेकडं पाहिलं आणि तो त्याला आणण्यासाठी पुन्हा स्मशानाच्या दिशेनं चालू लागला.

हुबेहूब चित्र

त्या रात्री स्मशानात मिट्ट काळोख पसरला होता. कधी फिदिफिदि हसण्याचा आवाज, तर कधी किंकाळ्यांनी तो परिसर दणाणून जात होता. एखाद्या शूरवीरालाही भीतीनं घाम फुटावा अशा त्या वातावरणात राजा विक्रम मात्र निधड्या छातीनं एकेक पाऊल पुढे टाकत होता. नेहमीच्याच जुनाट झाडावर उलट्या लटकणाऱ्या वेताळाला खांद्यावर टाकून तो परतीची वाट चालू लागला.

चकित होऊन वेताळ म्हणाला, "राजा, पुन्हापुन्हा हे अवघड काम तू का करतो आहेस? जर काही न बोलता तू मला नेणार असलास, तरच मी येईन. नाहीतर निघून जाईन हे तुला चांगलंच माहीत आहे."

राजानं होकारादाखल मान हलवली आणि तो चालू लागला. वेताळानं नवी गोष्ट सांगायला सुरुवात केली.

जयंतपूरचा राजा रणधीर अतिशय रागीट होता. छोट्या-छोट्या चुकांसाठीही तो मोठी शिक्षा फर्मावत असे. त्यामुळे दरबारातल्या मंत्र्यापासून ते सेवकांपर्यंत सर्व जण राजाला घाबरून असायचे.

एकदा राजानं स्वत:चं एक चित्र काढून घ्यायचं ठरवलं. ही बातमी राज्यात पसरताच अनेक चित्रकारांची दरबारात रीघ लागली; पण राजाच्या पुढच्या अटीनंतर अनेक जण मागे फिरले. राजानं जाहीर केलं, 'जर चित्रकारानं काढलेलं चित्र हुबेहूब असेल तर त्याला मोठं बक्षीस देण्यात येईल, पण जर का ते चित्र हुबेहूब नसेल तर त्या चित्रकाराला चाबकाचे शंभर फटके देण्यात येतील.'

राजाची ही विचित्र अट ऐकून अनेक चित्रकार परत फिरले. राजाचा रागीट स्वभाव सर्वांनाच माहीत होता; पण त्यामध्येच नागवर्मा नावाचा एक चित्रकार होता. त्यानं राजाची अट मान्य करून त्याचं चित्र काढण्याची तयारी दर्शवली.

काही दिवसांतच नागवर्मानं राजाचं एक सुंदर चित्र काढून ते दरबारात पेश केलं.

चित्र खरोखरच हुबेहूब होतं. मात्र चित्रातला राजा शांत आणि दयाळू स्वभावाचा दिसत होता. प्रत्यक्षात राजाचा चेहरा अगदी रागीट दिसत असे. त्यामुळे नागवर्मानं काढलेलं चित्र पाहताच राजा रागानं ओरडला, "मूर्खा, हे कुणाचं चित्र काढलंस तू? माझा चेहरा असा दिसतो तुला?" त्यानं दरबारातल्या प्रत्येकाला विचारलं. राजाची रागीट मुद्रा आणि चित्रातला शांत राजा यात बराच फरक दिसत होता. त्यामुळे दरबारातल्या प्रत्येकानं राजाचं चित्र हुबेहूब नसल्याचं सांगितलं. राजानं लगेचच नागवर्माला शंभर फटक्यांची शिक्षा सुनावली. एवढ्यात नागवर्माचा मित्र विजय उठून उभा राहिला आणि म्हणाला, "महाराज, मी नागवर्माचा मित्र आहे. मलाही आपलं चित्र काढण्याची एक संधी द्यावी आणि नंतरच नागवर्माच्या शिक्षेचा निर्णय घ्यावा. जर माझं चित्र तुम्हाला पसंत पडलं नाही, तर आम्ही दोघंही चाबकांचे दोनशे फटके घेण्यास तयार आहोत." राजानं विजयचं म्हणणं मान्य केलं.

काही दिवसांतच विजयनं राजाचं चित्र पूर्ण करून दरबारात आणलं. विजयनं हुबेहूब रागीट राजाचं चित्र काढलं होतं. रागानं लाल झालेले डोळे, चिडकी मुद्रा यामुळे राजाचा चेहरा अगदी कुरूप दिसत होता. हे चित्र पाहताच राजा पुन्हा रागानं ओरडला, "थांब, तुला दोनशे नाही, तर चांगले चारशे चाबकाचे फटके देतो!"

विजय शांतपणे म्हणाला, ''महाराज, माफ करा; पण जसे तुम्ही दिसता अगदी तसंच हुबेहूब चित्र काढलं आहे मी. वाटलं तर दरबारातल्या प्रत्येकाला मत विचारा.''

विजयचं हे उत्तर ऐकून राजाला खूपच राग आला. शेवटी त्यानं प्रधानासमोर रागानं ते चित्र फेकलं. प्रधानजींनी ते चित्र पाहिलं. काही न बोलता त्यांनी ते चित्र पुढे मंत्र्यांकडे दिलं. दरबारातल्या सर्वांनी ते चित्र पाहिलं; पण कुणीच काही बोलायला तयार नव्हतं. शेवटी प्रधानजी चाचरत बोलायला उभे राहिले, ''महाराज, माफ करा. पण तुमच्या चेहऱ्यावरचे भाव या चित्रात हुबेहूब उमटले आहेत.''

''होय, महाराज... होय महाराज...'' दरबारातल्या सर्वांनी एकमुखानं सांगितलं.

दरबाराचं हे मत ऐकताच राजा क्षणभर स्तब्ध झाला, पण लगेचच त्यानं ते चित्र स्वीकारून विजयला हजार सोन्याच्या मोहरा देण्याचा हुकूम दिला. त्यानंतर राजानं

विजयचं चित्र आपल्या महालात समोरच लावलं. रोज राजा त्या चित्राचं निरीक्षण करून स्वत:च्या चेहऱ्यावरचे रागीट भाव तपासून पाहत असे. आपला रागीट चेहरा बदलण्याचा त्यानं निश्चय केला होता. जेव्हा जेव्हा त्याला खूप राग येत असे तेव्हा तो ते चित्र आठवत असे आणि मग त्याचा राग शांत होत असे.

काही दिवसांतच राजाचा रागीटपणा कमी होत गेला. तो अतिशय शांत आणि संयमीपणानं वागू लागला. दरबारातल्या सर्वांनाच राजाच्या स्वभावातला बदल जाणवला. सर्व जण आता राजाशी मोकळेपणानं आणि अधिक प्रेमानं वागू लागले. मग राजानं पुन्हा एकदा विजयला बोलवून घेतलं. त्याला विजयकडून स्वत:चं अजून एक हुबेहूब चित्र काढून घ्यायचं होतं; पण विजयनं नम्रपणे नकार दिला. तो म्हणाला, ‘‘महाराज, हे काम नागवर्मानं आधीच केलेलं आहे. हे ऐकताच राजानं नागवर्माला त्याचं आधीचं चित्र घेऊन दरबारात बोलवलं. नागवर्माचं

काढलेलं पहिलं चित्र राजानं पुन्हा नीट पाहताच त्याचं त्यालाच आश्चर्य वाटलं. ते अगदी हुबेहूब त्याच्या सध्याच्या रूपासारखं होतं.

राजानं नागवर्माची क्षमा मागून त्याला राजचित्रकार म्हणून दरबारात मानाची जागा दिली, तर विजयला पुन्हा हजार मोहरा देऊन त्याचा सन्मान केला.

इथपर्यंतची गोष्ट सांगून वेताळ विक्रमाला म्हणाला, ''राजा, ज्या नागवर्माचा राजानं एवढा अपमान केला होता, त्यालाच पुन्हा राजचित्रकार बनवलं हे चुकीचं नाही? शिवाय नागवर्माला मानाचं पद, तर विजयला मोहरांचं बक्षीस असा वेगळा न्याय करण्याचंही कारण काय असावं? तुला या प्रश्नांची उत्तरं नक्की माहीत आहेत आणि माहीत असतानाही जर तू सांगितली नाहीस, तर तुझ्या डोक्याची हजार शकलं होऊन तुझ्याच पायावर पडतील, हे मात्र लक्षात ठेव.''

वेताळाचं बोलणं लक्षपूर्वक ऐकून राजा विक्रम म्हणाला, ''नागवर्मानं काढलेलं राजाचं चित्र जरी हुबेहूब असलं तरी त्यातले भाव मात्र खूप वेगळे होते. त्यामुळे राजासह दरबारातल्या कुणालाच ते राजाचं चित्र वाटलं नाही. त्यामुळे राजानं नागवर्माचा अपमान केला. विजयनं काढलेलं रागीट राजाचं चित्र हुबेहूब असल्यामुळे

दरबारातल्या सर्वांना ते हुबेहूब राजासारखं वाटलं. सर्वांनी एकमुखानं सांगितल्यामुळे राजालाही ते स्वीकारावं लागलं. नंतर राजाचा स्वभाव बदलल्यामुळे त्याच्या चेहऱ्यातही बदल झाला. त्या वेळी मात्र नागवर्मानं त्याच्या कल्पनेतल्या आदर्श राजा रणधीरचं काढलेलं चित्र राजाच्या चेहऱ्याशी तंतोतंत जुळलं. यात नागवर्माच्या कलेप्रमाणेच त्याची कल्पनाशक्ती आणि बुद्धिमत्तेची चमक दिसून आली. त्यामुळे नागवर्मा दरबारात मानाचं पद मिळवण्यासाठी जास्त योग्य ठरला.''

राजा विक्रमाचं हे उत्तर ऐकून वेताळानं त्याच्या न्यायी बुद्धीची तारीफ केली. तो म्हणाला, ''अगदी बरोबर सांगितलंस, पण तू बोललास म्हणून आता मी परत जाणार... ही... ही... ही...!''

अंधारात झेप घेत क्षणात वेताळ अदृश्य झाला. खांदे झटकून राजा विक्रमानं वेताळ अदृश्य झाला त्या दिशेकडं पाहिलं आणि तो त्याला आणण्यासाठी पुन्हा स्मशानाच्या दिशेनं चालू लागला.

खरी मैत्री

त्या रात्री स्मशानात मिट्ट काळोख पसरला होता. कधी फिदिफिदि हसण्याचा आवाज, तर कधी किंकाळ्यांनी तो परिसर दणाणून जात होता. एखाद्या शूरवीरालाही भीतीनं घाम फुटावा अशा त्या वातावरणात राजा विक्रम मात्र निधड्या छातीनं एकेक पाऊल पुढे टाकत होता. नेहमीच्याच जुनाट झाडावर उलट्या लटकणाऱ्या वेताळाला खांद्यावर टाकून तो परतीची वाट चालू लागला.

चकित होऊन वेताळ म्हणाला, "राजा, पुन्हापुन्हा हे अवघड काम तू का करतो आहेस? जर काही न बोलता तू मला नेणार असलास, तरच मी येईन. नाहीतर निघून जाईन हे तुला चांगलंच माहीत आहे."

राजानं होकारादाखल मान हलवली आणि तो चालू लागला. वेताळानं नवी गोष्ट सांगायला सुरुवात केली.

एका गावात धर्मदत्त आणि विश्वदत्त नावाचे दोन सावकार राहत होते. दोघांचीही घनिष्ट मैत्री होती. अडचणीच्या काळात दोघंही एकमेकांच्या मदतीला धावायचे. त्याच गावात भूपेश नावाचा लोभी माणूस राहत होता. इतरांना लुबाडून, फसवून पैसे कमवणं हाच त्याचा उद्योग होता. एकदा त्यानं धर्मदत्ताच्या जमिनीची खोटी कागदपत्रं तयार करून सर्व जमीन आपल्या नावावर करून घेतली. धर्मदत्तनं न्यायालयात धाव घेतली. भूपेशविरुद्ध फसवणुकीचा खटला दाखल केला; पण भूपेशनं इतक्या बेमालूम सह्या केल्या होत्या की सर्व पुरावे त्याच्याच बाजूनं होते. धर्मदत्तकडे खटला चालवण्यासाठीही पैसे उरले नव्हते. या सर्व संकटामध्ये आपला मित्र विश्वदत्त आपल्याला नक्की मदत करेल याची धर्मदत्तला खात्री होती.

मात्र त्याच वेळी विश्वदत्तही संकटात सापडला होता. त्याच्या वडलांच्या आजारपणासाठी त्याला मोठी रक्कम खर्च करावी लागली. तेव्हाच त्याच्या बहिणीचं लग्नही जवळ आलं होतं. लग्नाच्या खर्चासाठी त्यालाच पन्नास हजार रुपयांची गरज होती. अशा वेळी लबाड भूपेशनं त्याला पैसे देण्याची तयारी दाखवली. मात्र त्याची एक अट होती. धर्मदत्तला विश्वदत्तानं कसलीही

मदत करू नये या अटीवरच भूपेश त्याला पैसे देणार होता. वडलांची तब्येत आणि बहिणीचं लग्न याचा विचार करता विश्वदत्तनं भूपेशची अट मान्य केली.

दुसऱ्याच दिवशी धर्मदत्त विश्वदत्तला भेटायला आला. विश्वदत्त आपल्याला नक्की मदत करेल याची त्याला खात्री होती, पण विश्वदत्तनंही नाइलाजानं त्याला नकार दिला. विश्वदत्तनं नकार देताच धर्मदत्तला मोठाच धक्का बसला. विश्वदत्त आपल्या मैत्रीला जागला नाही हे पाहताच धर्मदत्तचं मन रागानं भरून गेलं. भूपेशपेक्षाही विश्वदत्तबद्दल त्याच्या मनात जास्त चीड उत्पन्न झाली. काही दिवसांतच भूपेशनं खटला जिंकून सर्व जमीन आपल्या नावावर करून घेतली. धर्मदत्त गरिबीत जगू लागला. मात्र तरीही विश्वदत्तबद्दल त्याच्या मनात प्रचंड राग धुमसत होता. विश्वदत्तवर सूड घेण्याची तो संधी शोधत होता.

त्याच वेळी त्या गावात एका साधुपुरुषाचं आगमन झालं. धर्मदत्तही त्यांना भेटायला गेला. त्याच्या मनातली खळबळ साधुमहाराजांनी ओळखली. त्यांनी त्याचं कारण विचारलं. धर्मदत्तनं सर्वकाही सांगितलं. मग साधुमहाराजांनी त्याला यावरचा

उपाय सांगितला. ते म्हणाले, "मी तुझं रूपांतर एका सर्पामध्ये करू शकतो. सर्परूपानं तू विश्वदत्तवर सूड घेऊ शकतोस. ज्या वेळी तुझ्या मनातला विश्वदत्तबद्दलचा राग निघून जाईल त्या वेळी तू पुन्हा माणूस होशील." धर्मदत्तला हा मार्ग योग्य वाटला. लगेचच साधुमहाराजांनी त्याचं रूपांतर एका सर्पात केलं. सर्प झालेला धर्मदत्त सूड घेण्यासाठी विश्वदत्तच्या घराकडे गेला.

विश्वदत्तच्या घराच्या एका खिडकीमधून त्यानं आत प्रवेश केला. समोरच विश्वदत्तचा लहान मुलगा खेळत होता. त्यानं सर्पाला पाहताच घाबरून आरडाओरडा सुरू केला. धर्मदत्तही पटकन शेजारच्या खोलीत शिरला. तिथे देवघर होतं. घरातली सर्व माणसं काठ्या घेऊन सर्पाला मारण्यासाठी आली. धर्मदत्तही आपला फणा उभारून विश्वदत्तला दंश करण्यासाठी तयार झाला; पण तेवढ्यात काही वेगळंच

घडलं. विश्वदत्तच्या आईनं सर्वांना थांबवलं. ती म्हणाली, ''ही नागदेवता आहे. ती आपल्याला काहीही इजा करणार नाही. आपण सर्व जण डोळे मिटून तिची प्रार्थना करू या आणि आपल्यावरचं आणि आपल्या धर्मदत्तवरचं संकट दूर करण्याची विनवणी करू या.'' हातातल्या काठ्या टाकून सर्वांनी डोळे मिटून त्या सर्पाला नमस्कार केला.

अचानक घडलेल्या या प्रसंगामुळे धर्मदत्त स्तब्ध झाला. त्याच्या मनातली सूडाची इच्छा पार निघून गेली. या सर्वांना स्वत:वर कोसळलेल्या संकटाची जाणीव आहे, हे

कळताच त्याचं पुन्हा माणसात रूपांतर झालं. प्रार्थना संपताच विश्वदत्तनं डोळे उघडले. समोर त्याचा मित्र धर्मदत्त उभा होता. विश्वदत्तनं त्याला कडकडून मिठी मारली. धर्मदत्तनं त्याला सर्व हकिगत सांगितली. दोघं मित्र आता पुन्हा एकत्र आले. त्यामुळे गावातल्या सर्वांना खूप आनंद झाला. एवढंच नाही, तर त्यांच्या मैत्रीचं अनोखं रूप पाहून लोभी भूपेशनं धर्मदत्तची लुबाडलेली जमीनही त्याला परत केली.

इथपर्यंतची गोष्ट सांगून वेताळ राजा विक्रमला म्हणाला, ''धर्मदत्तला मदत नाकारून विश्वदत्तनं आपल्या मैत्रीचा घात केला. तरीही धर्मदत्तनं सर्वकाही विसरून पुन्हा विश्वदत्तशी मैत्री का केली? तुला याचं उत्तर माहीत आहे का? उत्तर माहीत

असतानाही जर तू बोलला नाहीस, तर तुझ्या डोक्याची हजार शकलं होऊन तुझ्या पायावर पडतील, हे मात्र लक्षात ठेव.''

क्षणभर विचार करून राजा विक्रम म्हणाला, ''धर्मदत्त संकटात असताना विश्वदत्तनं त्याला मदत करायला हवी होती, हे खरं आहे; पण विश्वदत्तचे वडील आजारी होते. त्यांच्यावर वेळेवर उपचार होणं आवश्यक होतं. बहिणीचं लग्नही पार पाडणं महत्त्वाचं होतं. अशा प्रकारे स्वत:च मोठ्या अडचणीत सापडल्यानं त्यानं धर्मदत्तला मदत केली नाही; पण सर्परूपातून विश्वदत्तच्या घरी गेल्यावर त्याला खरी परिस्थिती आणि त्याचं प्रेम समजलं. दोन्ही मित्र पुन्हा एकत्र झाले.''

राजा विक्रमाचं हे उत्तर ऐकून वेताळानं मान डोलावली. हसून तो म्हणाला, ''अगदी बरोबर! पण तू बोललास म्हणून आता मी चाललो... ही... ही... ही...!''

अंधारात झेप घेत क्षणात वेताळ अदृश्य झाला. खांदे झटकून राजा विक्रमानं वेताळ अदृश्य झाला त्या दिशेकडं पाहिलं आणि तो त्याला आणण्यासाठी पुन्हा स्मशानाच्या दिशेनं चालू लागला.

स्तुतिप्रिय विनोद

त्या रात्री स्मशानात मिट्ट काळोख पसरला होता. कधी फिदिफिदि हसण्याचा आवाज, तर कधी किंकाळ्यांनी तो परिसर दणाणून जात होता. एखाद्या शूरवीरालाही भीतीनं घाम फुटावा अशा त्या वातावरणात राजा विक्रम मात्र निधड्या छातीनं एकेक पाऊल पुढे टाकत होता. नेहमीच्याच जुनाट झाडावर उलट्या लटकणाऱ्या वेताळाला खांद्यावर टाकून तो परतीची वाट चालू लागला.

चकित होऊन वेताळ म्हणाला, "राजा, पुन्हापुन्हा हे अवघड काम तू का करतो आहेस? जर काही न बोलता तू मला नेणार असलास, तरच मी येईन. नाहीतर निघून जाईन हे तुला चांगलंच माहीत आहे."

राजानं होकारादाखल मान हलवली आणि तो चालू लागला. वेताळानं नवी गोष्ट सांगायला सुरुवात केली.

वीरपुरी नगरीत विनोद नावाचा एक श्रीमंत तरुण राहत होता. लहानपणापासून श्रीमंतीत आणि लाडाकोडात वाढल्यामुळे त्याला स्वत:चं कौतुक करून घ्यायची सवय होती. तो गुरू शारदाप्रसाद यांच्याकडे शिकत होता. विनोदच्या स्तुतिप्रिय स्वभावामुळे त्याला कोणीही मित्र नव्हते. सतत विनोदची स्तुती करत बसायला कुणालाच आवडत नसे.

एकदा गुरू शारदाप्रसादांनी त्यांच्या सर्व विद्यार्थ्यांना जंगलातून काही औषधी वनस्पती आणण्यासाठी पाठवलं. सर्व विद्यार्थ्यांनी वनस्पती गोळा केल्या. ते परत निघणार, तोच तिथे एक भयानक राक्षस आला. त्याला पोटदुखीचा त्रास होता. औषध देण्यासाठी तो त्यांना विनवत होता. पण राक्षसाचं भयानक रूप पाहून

विनोदव्यतिरिक्त सर्व जण बेशुद्ध झाले. तो राक्षस विनोदला म्हणाला, "या राज्यातल्या चांगल्या माणसांना सोडून फक्त दुष्ट माणसांना खाण्याचा आमचा राक्षसांचा नियम आहे. पण मी हा नियम तोडून चुकून एका सज्जन माणसाला खाल्लं. त्यामुळे माझं पोट खूप दुखतं आहे. तू जर मला औषध दिलंस, तर तो माणूस पुन्हा जिवंत होऊन माझं पोट दुखायचं थांबेल." विनोदनं न घाबरता राक्षसाला औषध दिलं. औषध पोटात जाताच त्याची पोटदुखी थांबली आणि तो माणूसही पुन्हा जिवंत झाला. राक्षसानं विनोदचे आभार मानून त्याला एखादा मंत्र मागायला सांगितला. विनोदला सर्वात जास्त स्वतःची स्तुती आवडत असल्यामुळे सर्वांनी आपली स्तुती करावी यासाठी त्यानं एक स्तुतिमंत्र मागितला. राक्षसानं त्याला एक स्तुतिमंत्र दिला. रोज सकाळी त्यानं हा स्तुतिमंत्र म्हटला की, त्या दिवशी विनोदशी बोलणारे सर्व जण त्याची स्तुतीच करत राहणार होते.

राक्षस निघून जाताच विनोदनं एकदा स्तुतिमंत्र म्हटला आणि मग तो बेशुद्ध झालेल्या इतर विद्यार्थ्यांना उठवू लागला. काही वेळातच सर्व जण शुद्धीवर आले. विनोदनं त्या राक्षसाला औषध पाजलं हे कळताच त्यांना त्याच्या शूरपणाची कमाल वाटली. सर्व जण त्याचं कौतुक करू लागले. गुरुकुलामध्ये परत आल्यावरही त्याचं कौतुक सुरूच राहिलं. वीरपुरी गावातही विनोदच्या शौर्याचं कौतुक होऊ लागलं. तेव्हापासून विनोद रोज सकाळी स्तुतिमंत्र म्हणत असे. त्यामुळे दिवसभर त्याला भेटणारी माणसं त्याची स्तुतीच करत असत. काही दिवसांनी त्याचं शिक्षण पूर्ण झालं. तो त्याच्या घरी राहायला गेला. घरची श्रीमंती असल्यामुळे दिवसभर त्याला कसलेही कष्ट करावे लागत नव्हते. खाणं-पिणं आणि आराम करणं असाच त्याचा दिनक्रम होता. मात्र रोज आठवणीनं तो स्तुतिमंत्र म्हणत असे. त्यामुळे त्याची स्तुती करणाऱ्या लोकांची कमतरता नव्हती. गावातले सर्व जण त्याला त्यांचा प्रमुख मानू लागले. त्यानं केलेल्या चांगल्या कामाची प्रशंसा तर होत असेच, पण वाईट कामाबद्दल त्याला कुणीही काहीच बोलत नसे. कुणाचाही धाक नसल्यामुळे हळूहळू तो गैरकृत्यं करू लागला. राज्याचे नियम तोडू लागला. त्यामुळे वीरपुरी नगरीत अंदाधुंदी माजली.

वीरपुरी नगरी विद्याधर राजाच्या राज्यात होती. वीरपुरीतल्या अंदाधुंद कारभाराची खबर राजाच्या कानावर आली. विनोदमुळेच तिथले सर्व लोक गैरमार्गाला लागले होते, हेही त्याला समजलं. विद्याधर राजा हुशार होता. त्यानं एक वेगळीच युक्ती केली. वीरपुरीजवळच्या डोंगरावर एक मोठी शिला होती. त्या शिलेवर विनोदची स्तुती करणारा एक शिलालेख त्यानं कोरून घेतला. त्याशिवाय दुष्ट माणसांना खाणाऱ्या राक्षसांविषयीची माहितीही सर्वांना देण्यात आली. काही दिवसांतच वीरपुरीत मोठा बदल दिसून येऊ लागला. सर्व जण कायदा पाळू लागले. विनोदनं तर स्तुतिमंत्र म्हणणंही सोडून दिलं. तो आता आपला वेळ कामात घालवू लागला.

इथपर्यंतची गोष्ट सांगून वेताळ राजाला म्हणाला, "राजा, विनोदमध्ये अचानक एवढा बदल होण्याचं कारण काय असेल? त्याला राक्षसाची भीती वाटली असेल की अजून काही? तुला याचं उत्तर माहीत असेल तर लगेच सांग, नाहीतर तुझ्या डोक्याची हजार शकलं होऊन तुझ्याच पायावर पडतील, हे लक्षात ठेव."

राजा विक्रम शांतपणे म्हणाला, ''माणूस सर्वांत जास्त मृत्यूला भितो हे खरं आहे. काही जणांना मात्र मृत्यूपेक्षाही स्तुती करून घेण्याची आवड जास्त असते, हे विनोदकडे पाहून लक्षात येतं. राक्षस दुष्ट माणसांना खातात, हे कळल्यामुळे विनोद आणि त्याच्या गावातल्या लोकांनी वाईट कृत्यं थांबवली, हे तर सरळच आहे. राजानं डोंगरातल्या शिलेवर शिलालेख कोरून घेतल्यामुळे विनोदची प्रशंसा सर्वांपर्यंत पोहोचली असणार. तिथून जाणारे-येणारे वाटसरू, प्रवासी हेही विनोदची प्रशंसा वाचत असणार. शिवाय कित्येक वर्षं हा शिलालेख तसाच राहणार असल्यानं पुढच्या काही पिढ्याही तो वाचत राहणार, हे विनोदच्या लक्षात आलं. एवढी स्तुती, लेख कायम टिकून राहणार असल्यानं रोज स्तुतिमंत्राचा जप करून लोकांची खोटी स्तुती ऐकण्याची इच्छाच त्याला राहिली नाही. त्यामुळेच त्यानं स्तुतिमंत्र जपणंही सोडून दिलं.''

राजा विक्रमाचं उत्तर ऐकून वेताळानं मान डोलावली. तो हसून म्हणाला, ''राजा, बरोबर आहे. पण तू बोललास म्हणून मला जायला हवं.'' ही... ही... आवाज करत वेताळ स्मशानाच्या दिशेनं अदृश्य झाला. राजा विक्रम खांदे झटकून पुन्हा एकदा स्मशानाच्या दिशेनं त्याला आणण्यासाठी चालू लागला.